D9900432

భూమిక.

ఇదియొక యవదానగ్రంథము. సంస్కృతమున నీ కావ్యరత్నమును రచియించినవాఁడు మహాకవి శ్రీ క్షేమేంద్రుఁడు ఈ మహాశయుఁడు 12-వ శతాబ్దియందున్నవాఁడు. కాశ్మీర దేశవాసి. ఈకావ్యము శతశ్లోకపరిమిత మైన దైనను విషయబాహుళ్యమున బుధహృదయాహ్లాదకారి. మహాకవి బహుగ్రంథపరనఫల మీ గ్రంథరూపమును గైకొనినది. ప్రతి శ్లోకమునను బూర్వార్ధము లక్షణముగను, నుత్తరార్ధ మద్దాని లక్ష్యముగను ఉండునట్లుకవి కావ్యమును నిబంధించినాఁడు. లక్ష్యములు ప్రసిద్ధేతిహాసములలోనివి. ఈకావ్యమును శ్రద్ధ మెయిఁ బఠించిన నితిహాసపరిచయార్ధము బహుగ్రంథపరన క్లేశ మనవసరము. లలిత మగుశైలిని మిగుల సంక్షేపముగ శతేతిహాసములను నూఱు చిన్నిశ్లోకములతో సర్వాంగసుందరముగ రచించి లోకమునకుఁ బ్రసాదించిన శ్రీ క్షేమేంద్ర మహాకవి చిరస్మరణీయుఁడు. ఈమహాకవి "ఔచిత్యవిచారచర్చ" "సువృత్తతిలకము" "చతుర్వర్గసంగ్రహము" "దర్పదళనము" "బృహత్కథామంజరి" "సమయమాతృక" "అవదానకల్పల" తేత్యాది బహుగ్రంథరత్నముల రచియించి శారదభారతి నలంకరించిన ధన్యుఁడు. ఈతఁడు బౌద్ధమతప్రియుఁ డనియుఁ దదీయము లైన యవదానకల్పలతాదుల వలనఁ దెలియ నగుచున్నది. మహాకవిప్రతిభావిక మతిలోకమని తత్కృతులం బఠించిన బుధు లెఱుంగకపోరు. ఈతఁ డేదే

శ్లోక విషయము విమర్శనాపూర్వకముగ జగంబునకు సు
బోధము గావించుటయం దద్వితీయుఁడు. ఈమహాకవి
రచనములయం దితర కావ్యముల సంఖ్యకంటె నీతి నుపదే
శించు లఘుకావ్యముల సంఖ్య యెక్కుడు. ఈ చిన్నికావ్య
మును బఠించుటవలనఁ గలిగిన యానందపారవశ్యమే నన్నీ
యనువాదకరణమునకుం బ్రోత్సాహపఱిచినది. అనువాద
మెంతవఱకు మూలము ననుసరించెనో నిర్ణయింప గుణగ్రహణ
పారీణ మగువిబుధలోకమే ప్రమాణము. బొంబాయి నిర్ణయ
సాగర ముద్రణాలయమువారి నాగరలిపి ప్రతికిని శ్రీ కనుపర్తి
మార్కండేయశర్మగారు ప్రచురించిన తెనుఁగు లిపి ప్రతికిని
లక్ష్యములయందుఁ గొన్ని పాఠభేదము లగపడుచున్నవి. ఇం
దేవి ప్రక్షిప్తములో నిర్ణయింప సాధ్యము గాకున్నది. అన్ని
యు హృదయంగమములే యైనకారణమున నన్నింటి ననువ
దించి యాయాయి శ్లోకముల కడుగునఁ బాఠాంతరములుగఁ
జేర్చినాఁడను. పాఠాంతరముల కీ * గుర్తుంపఁబడినది.
మహాకవి యేలొకో కొన్నియెడల పూర్వార్ధమునఁ దాఁ
జెప్పిన లక్షణములకు నుత్తరార్ధమున నదియే నొకదానికి
మాత్రమే లక్ష్యము నొసంగి యున్నాఁడు. దీనింబట్టి రెండవ
లక్ష్యమును బాఠకు లూహించుకొనఁగల రని మహాకవి యభి
ప్రాయ మై యుండునని యూహింప వలసియున్నది. కొన్ని
తావుల లక్ష్యలక్షణములు క్రమహీనముగ గూడ నున్నవి.
ఒకటి రెండు తావుల నించుక స్వాతంత్ర్య మవలంబింపక
తప్పినది కాదు. ఆంధ్రభారతి కృపగలిగినఁ గొలఁదికాలమున నీ
మహాకవిరచనముల మఱికొన్నింటినిఁ దెనిఁగించి పాఠకలోక
మున కర్పింపఁగలను. ఈ యాంధ్రీకరణ మెట్లైన బాలప్రబో

ధకంబును బండితహర్షప్రదంబును నైనచో నే ధన్యుఁడ. బాలుర కొక్కుమ్మడి శతేతిహాసముల నింతసులభశైలిని మనోజ్ఞముగ బోధింపఁజాలిన గ్రంథ మిట్టిది వేఱొం డలవడుట దుర్లభము. శ్రీయుతులు పండితసులభులు పరహితాచరణ రతులు కావ్యరసజ్ఞులు రెడ్డికులాలంకారులు జమీందారులు, మదరాసుశాసనసభాధ్యక్షులు విశేషించి మన్మిత్రసత్తములు నగు మ॥ రా॥ శ్రీ ఆనరబుల్ బెజవాడ రామచంద్రారెడ్డి B. A. గారలీ నా పరిశ్రమమును సావధానముగఁ బరిశీలించి కర మానందించి, తా మీగ్రంథప్రచురణభారమును వహించి నన్నుఁ గృతకృత్యునిఁ గావించినందులకు వారికి నే నెంతయుఁ గృతజ్ఞుఁడను. శ్రీ రెడ్డిగారికి వారి కుటుంబమునకు నిత్యాధిక భోగభాగ్యాయురారోగ్యంబు లొసంగి రక్షింప సకలజగన్నాటకసూత్రధారియు, సాధుసంపత్ప్రదాతయునగు శ్రీరామచంద్రు ననారతము నిండుమనంబునఁ బదింబదిగ వేఁడువాఁడ.

శ్రమకోర్చి నాయీ యాంధ్రీకరణము నందందుఁ దిలకించి కొన్ని సవరణలు సూచించి ముద్రణమునకుఁ బ్రోత్సాహపఱిచిన సింహపురవాస్తవ్యులు పండితకవిప్రకాండులు బ్రహ్మశ్రీ దుర్భా సుబ్రహ్మణ్యశర్మగారికి కృతజ్ఞతాపూర్వక వందనము లర్పించుచున్నాఁడను.

అనమనమూరు
అగ్రహారము.
ఆంగీరస ఆశ్వయుజ
శుద్ధ ౧.
1932–33

ఇట్లు
బుధ విధేయుఁడు,
మక్కపాటి వేంకటరత్న కవి.

ప్రార్థన.

ఉ॥ తంద్రను బాసి నవ్యరస
తత్పర మై కలనాదమాధురీ
సాంద్రపదక్రమంబుల వె
సం జనుదెంచి మదీయ మైన వా
గింద్రియమందు వేడ్క వసి
యించి రహింపఁగ జోతచేతు మ్మే
షేంద్రుని దివ్యభారతి క
క్షీణనిరంతరభక్తిభావనన్.

కృతిసమర్పణము.

గీ॥ సుగుణమహనీయరత్నమంజూష యైన
చారుచర్యాఖ్యసుకృతిరాజమును దీని
సత్త్వగుణపూర్తి శ్రీరామచంద్రమూర్తి
కంకితము సేతు నిష్కలుషాగ్రభక్తి.

శుద్ధ పత్రము.

పద్యము.	పఙ్క్తి.	తప్పు	ఒప్పు.
౧	౨	ద్రిజగ ..	పూజ్యమునై
	౩	తత్త్వము	క్రాలెడియమృతతత్త్వము
౩	౩	బెడఁబాయ	పెడఁబాయు
౧౪	౩	శమనతయుఁడు	శమనతనయుఁడు
,,	౪	గన్లొనఁగ	గన్గొనఁగ
౧౭	౨	కనిష్ట	కనిష్ఠ
౪౦	౪	మంతుఁడగుచు	మహిముఁడగుచు
౪౯	౧	రొక్క-పు	రొక్కంపు
౫౩	౨	దైర్యవిస్లవ	ధైర్యవిప్లవ
౫౪	౨	నను ర్త	ననురక్తి
౫౪	౩	మరాతము	మర్ఘాతము
౬౧	౨	ఘ్యోర	ఘోర
౬౨	౧	ఖావి	భావి
౬౪	౩	నిస్ఫురిత	విస్ఫురిత
౬౬	౧	సంతతీతఃప్రధ్దీప్త	సంతతతపఃప్రదీప్త
౭౪	౪	లజాకులుండయ్యె	లజ్జాకులుండయ్యె

షరా.— కొన్నిచోట్ల 'చ' కు 'జ', 'థ' కు 'ధ' పడియున్నవి.

చారుచర్య.

కం॥ శ్రీలాభసుభగమును స
త్యాలబ్ధము స్వర్గమోక్షదముఁ ద్రిజగత్పూ
జ్యాలసితాచ్యుతతత్త్వము
పోలె సదాచార మెలమిఁ బొందుత జనముల్.

౨

గీ॥ బ్రాహ్మసుముహూర్తమందు నిద్రను ద్యజింప
వలయు సోమరితన మెడఁబాసి పురుషుఁ
డరయఁ బ్రాతఃప్రబుద్ధ మగు నంబుజంబు
నాశ్రయించు గుణాశ్రయ యైన లక్ష్మి.

౩

గీ॥ అనయమును స్నాననిర్మలుఁ డైనవాఁడు
పుణ్యపూతశరీరుఁ డై పొదలఁ గలఁడు
స్నానమునఁ గాదె వెడఁబాయఁ జాలె నింద్రుఁ
డఘభరంబును వృత్రవధార్జితమును.

౪

గీ॥ ఈశ్వరార్చన సేయక యే యెవండు
గడఁగి సలుపంగరా దెట్టికార్య మైన
శ్వేతు నీశార్చనారతు శిక్ష సేయ
వలఁతి కాఁ డయ్యె దంతకబాబాపజీరు.

ఛారు చర్య.

౫

* గీ॥ శ్రద్ధతో శ్రాద్ధకర్మము సలుపవలయు
శాస్త్రచోదితనిజకులాచారసరణి
భూమి పై నుంచెఁగాని భీష్ముండు బుధుఁడు
పిండమును దార్పఁ డయ్యెను పితృకరమున.

౬

గీ॥ పశ్చిమం బైన నుత్తరభాగ మైన
శిరము శయనంబునకు సేయ చేటుమూఁడుఁ
బాటితం బయ్యె శయ్యావిపర్యయమున
నకట! దితిగర్భ మల్ల జంభారిచేత.

౭

గీ॥ అర్ధభుక్తావశిష్టంబు నారగింప
వలయును బుధుండు శ్వేతుఁడ న్వసుమతీశుఁ
డతిథిరహితము ద్రవ్యము నారగించి
తనదుమాంసంబునే తాను దినఁ దొడంగె.

గీ॥ శ్రద్ధతో శ్రాద్ధకర్మము సలుపవలయు
శాస్త్రచోదితనిజకులాచారసరణి
దేశనిష్కాసితుం డయ్యె ద్విజులచేత
భార్గవుఁడు తండ్రి కవ్రతర్పణ మొనర్చె.

౮

గీ॥ పదకరక్షాళనమున శుభ్రతవహించి
పౌనరుపన్యాలె జపహోమముఖ్య విధులు
పాదసంక్షాళనమున లోపమునఁజేసి
కలి ప్రవేశింపఁగలిగెను నలునియందు.

౯

గీ॥ సత్త్వనిధులైన వారలు స్వైరవృత్తి
కేల నిశ్శంకముగ సంచరింపరాదు
దొంగ యనశంకఁ గొఱత వేయఁగఁబడియె
న్యాయవర్తనుఁడైన మాండవ్యమౌని.

౧౦

గీ॥ తగదుసుమి సేయఁగాఁ బరదారవాంఛ
యువతిజనులందు విశ్వాస ముంచరాదు
దశముఖుండు మహీసుతార్థమునఁ జెల్లెఁ
దొయ్యలికతానఁ జచ్చె విదూరథుండు.

౧౧

గీ॥ ఆసవోన్మత్తుఁడును గ్రొవ్వినట్టిఁ డగుచుఁ
జెలఁగి చేతాళచేష్టలు సేయరాదు
ప్రాణములు గోలుపడిరి పరస్పరంబ
వృష్ణివరులెల్లరుం గ్రొవ్వి తృణనిహతుల.

చారుచర్య.

౧౨

గీ॥ పూజ్యవైభవముల్ క్షమామూలకములు
భూరికలహంబు లీర్ష్యాభిమూలకములు
మేదురేర్ష్యానుగతి జనమేజయుండు
ప్రబలతమ మైన విప్రశాపమును బొందె.

౧౩

గీ॥ ఓర్వరాని మహాపద లొదవనైన
ధర్మమర్యాద విడనాడఁ దగదుసుమ్మి
సత్యధర్మార్థమై హరిశ్చంద్రనృపతి
నీచచండాలసేవ మన్నింపఁ డొక్కొ.

౧౪

గీ॥ క్రమసత్యవ్రతంబును గాఁడుపఱచి
కార్యమొద్దియు సాధింపఁ గాఁగు బుధుఁడు
శమనత యుఁడు సత్యనాశమునఁ జేసి
ఘోరనారకబాధఁ గన్గొనఁగ నయ్యె.

౧౫

గీ॥ సాధుసాంగత్యమును సల్పఁ జనునుగాని
గుణవిహీనులతో మైత్రి కూడ దెప్పు
డలవిభీషణుఁ డా రాముచెలిమిచేతఁ
బ్రాజ్యసామ్రాజ్య వైభవపదవి నొందె.

౧౬

గీ॥ భక్తిచేఁ దోషితులఁ జేయవలయుఁగాని
తల్లిదండ్రులఁ గుపితులఁ దగదు సలుప
మాతృశాపంబుచే నాగమండలమ్ము
సర్పసత్రంబునందు నాశనముఁ గనియె.

౧౭

గీ॥ భక్తిదీపింపఁ దనదు యౌవన మొసంగి
ప్రణతుఁడైన కనిష్ఠపుత్రకునిఁ బూరు
సార్వభౌమునిఁ జేసె దుస్సహజరాగ్ర
హణనిరంతరతోషితుఁ డా యయాతి.

౧౮

గీ॥ చివరకు దురంతతాపదూషితము గాక
శక్తి కను వగు దానంబు సలుపవలయు
దానశేషంబుఁ బూరింపఁ దనకుఁ దాన
బద్ధుఁ డయ్యెను బలిచక్రవర్తి మున్ను.

౧౯

గీ॥ ప్రతిఫలపుటాసఁ జేసి యెప్పట్ల నేని
సలుపగారాదు దానంబు సత్త్వశాలి
కుండలము లిచ్చి శక్తినిఁ గోరికొనుట
గలుషసంభృతుఁ డయ్యె భాస్కరసుతుండు.

౨౦

గీ॥ ధరణిసురుల కవజ్ఞను దలఁపరాదు
వారిశాపము దుస్సహం బౌరయంగ
నవనిసురశాపభవతక్షకాగ్నివలన
జీవములువాసె నా పరీక్షిద్విభుండు.

౨౧

గీ॥ డాంభికారంభసమ్యగుద్ధతము నిష్ఫ
లాంత మగుధర్మ మెపుడు సేయఁగరాదు
బ్రాహ్మణవ్యాజమునఁ బొందఁబడిన శస్త్ర
జాలములు గర్ణునందు నిష్ఫలము లయ్యె.

౨౨

గీ॥ ధనము కర్మానుసారలబ్ధంబుగాన
బుద్ధిని నికృష్టసేవ కై పూన్పరాదు
కుంభసంభవభీష్మముఖ్యులు నశించి
రకట! దుర్యోధన సమాశ్రయంబుచేత.

౨౩

గీ॥ నిభృతకారుణ్యపై భవోన్నిద్రుఁ డగును
సంత తేతరజీవరక్షాపరుండు
శిబి కపోతసంరక్షణ సేయుపొంటె
శ్యేనమున కిచ్చెఁ దన దైన మేనుగోసి.

౨౪

గీ॥ ప్రేమసంధార్య మద్వేషపేశలంబుఁ
బుష్పసుకుమారమును సేయఁబోలు మనసు
సంతతద్వేష మనెడు దోషమునఁ జేసి
నాశనము నొందె దేవదానవగణంబు.

౨౫

గీ॥ ఒరులుచేసిన మేలును మఱవరాదు
చెలఁగి తాను గృతఘ్నత సేయరాదు
ఉపకృతుని నాడిజంఘుని యుసురుఁదీసి
సర్వధాభ్రష్టుఁ డయ్యెను త్మాసురుండు.

౨౬

గీ॥ గాఢరాగవశాత్ముఁడై కామినులకు
జితుఁడు గారాదుసుమి శేముషీధనుండు
దారచే జితుఁడైనట్టి దశరథుండు
పుత్రశోకంబుచే జీవములను విడిచె.

౨౭

గీ॥ స్వయముగా సంస్తుతులచేత సద్గుణముల
సత్త్వహీనంబుల నొనర్పఁ జనదు బుధుఁడు
తనగుణంబులు గొండాడుకొనుటచేతఁ
పతితుఁ డయ్యె యయాతి దివంబునుండి.

౨౮

గీ॥ హింసచే నతినింద్యత నెనసినట్టి
వేటకామకంబు విబుధులు వీడవలయుఁ
బరమమృగయారశికుఁ డైన పాండురాజు
వాసె దేహము ఘోరశాపమును బొంది.

౨౯

గీ॥ కటువులును సాంద్రములును దీక్ష్ణంబులైన
వాక్శరములు ప్రయోగింప వలవ దెపుడు
పరుషభాషలవలని కోపంబుచేత
సలిపె భీముఁడు కురువంశసంక్షయంబు.

౩౦

గీ॥ దొరకుఁ బ్రియమును బరులకు దుఃఖదంబు
నైన పైశున్య మెపుడు సేయంగరాదు
చంద్రసూర్యులు పిశునత్వసంప్రయుక్తి
నెగడి రాహువునకు భక్షణీయులైరి.

౩౧

గీ॥ నీచజనసమభ్యర్థ ముస్నిద్రమాన
హారకం బగు యాచ్ఞ సేయంగ వలవ
దూర్జితయశస్వి శ్రీపురుషోత్తముండు
బలిని యాచించి కడు లాఘవమును బొందె.

౩౨

గీ॥ వలయు సల పంగ సుగుణ స్తవంబుచేత
మానవర్ధనకార్యంబు మహితులందు
సన్నుతులచే మను త్తనూజాతుఁ డయ్యె
రాఘవేశ్వరు కార్యభరక్షముండు.

౩౩

గీ॥ సదమలగుణాళి నాదరించెదరుగాని
యాదరింపరు జన్మము నార్యజనులు
ద్రౌణి విప్రుండె యయ్యు శూద్రత్వ మొనసె
సుక్షముం డయ్యె విదురుఁడు శూద్రుఁ డయ్యు.

౩౪

గీ॥ అధిపుమడి నొచ్చునట్టు లత్యర్థములను
బుద్ధిమంతుఁడు యాచింపఁబోల దెప్పు
డశ్వరత్నాదికము లిచ్చినట్టి జలధి
తఱుపఁబడి ఘోరవిషము నుద్ధరతఁ గ్రక్కె.

౩౫

గీ॥ వక్రులును గ్రూరులును లోభపరులు నైన
జనులతోఁ బ్రీతిసంగతి సలుప వలవ
దల వసిష్ఠుని జీవాతు నైన హోమ
గవిని గొనె నిమంత్రితుఁ డైన గాధిసుతుడు.

౩౬

* గీ॥ సాధుజనదుఃఖదము తిరస్కారలవము
సలుపఁబోలదుసుమి ధీవిశాలుఁ డెవ్వ
డనయమును వేదవాది యైనట్టి బ్రహ్మ
వదనమును ద్రుంచె గిరిసుతావల్లభుండు.

౩౭

సీ॥ బంధుసంబంధిజనుల నెప్పట్ల నైన
వీడఁగారాదు మఱియు నో నాడరాదు
శూలి కవమానమును ఘటించుటనుగాదె
దక్షుయజ్ఞము సర్వతోధ్వస్త మయ్యె.

౩౮

గీ॥ పరులయెడ గాటముగఁ గోపపడుటగాని
కటువివాదమదాంధతగాని తగదు
శౌరిచే శిశుపాలుమస్తకము డెగియె
- క్రూరవాగ్గుంభనంబులు కారణముగ.

* గీ॥ సజ్జనతిరస్కారణము నసత్యజల్ప
నము నొనర్పంగఁ జెల్లదే నరున కైన
ననృతవాగ్రచనావిష్టుఁ డైన బ్రహ్మ
వదనమును ద్రుంచె గిరిసుతావల్లభుండు.

౩౯

గీ॥ ఉగ్రతపమున లీనుఁ డయ్యును నిజేంద్రి
యముల విశ్వాసికారా దొకప్పు డేని
కౌశికుండును మిగుల నుత్కంఠతోడఁ
గంఠమునయందు మేనకం గౌఁగిలించెఁ.

౪౦

గీ॥ పైకొను వియోగభవదుఃఖభరములందు
దీనతను వీడి ధైర్యంబుఁ బూనవలయు
నాత్మజాతుని మృతివార్త నాలకించి
మడిసె ద్రోణుఁడు గతధృతిమంతుఁ డగుచు.

౪౧

గీ॥ ప్రబలకోపభరం బనురాక్షసునకుఁ
గాఁ జన దధీనుఁ డెప్పుడేఁగాని బుధుఁడు
శత్రువక్షఃస్థలక్షతజమును గ్రోలె
సమగమున భీముఁ డుగ్రరాక్షసుఁడు వోలె.

౪౨

గీ॥ ఆత్మనాశాస్పదం బయినట్టి భూమి
[illegible]భు ననుగ్రహామునకు నైన వేడరాదు
ఫాలనేత్రుని యాచించె బాణుఁ డెలమి
స్వక్షయప్రద ముద్ధతసంగరంబు.

౪౩

గీ॥ సేవచే గురువర్యుఁ దోషితునిఁ జేయు
నగు ననుద్వేగబుద్ధి విద్యాభిలాషి
గురుపదాబ్జసేవాధురంధరుఁడు కచుఁడు
దారుణాపఘుసక్లేశదశ సహించె.

౪౪

గీ॥ అలయశఃకాయజీవనం బైన ఖ్యాతి
నరసి రక్షింపవలెఁ బునఃస్మరణచేతఁ
బతితుఁ డయ్యె జనస్మృతిం బడసె తిరిగి
స్వర్గపదము నింద్రద్యుమ్నజనవిభుండు.

౪౫

* గీ॥ శక్తియుక్తుని హితు ననురక్తు భక్తు
సతతనిర్దోషుఁ ద్యజియింపఁ జనదుసూనె
దాశరథి సాధ్వి యైన సీతను ద్యజించి
శోకశల్యాతురుం డయినుక్రిక్కె మిగుల.

* గీ॥ శక్తియుక్తినిహితు ననురక్తుభక్తు
సతతనిర్దోషుఁ ద్యజియింపఁ జనదుసూవె
లక్ష్మణుని వెళ్లనంపి నైళంబ సీత
రావణాసురుచేతఁ గొంపోవఁబడియె.

౪౬

గీ॥ సత్వరఫలాయనాచారసహిత మైన
సిరిని లోభంబుచేత రక్షింపరాదు
పఱగ వ్యాడీంద్రదత్తు లన్వారిచేత
యుక్తితో నందనృపు సిరు లూడ్వఁబడియె.

౪౭

గీ॥ పూనఁదగు నోరిమిలి శక్తిహానఁగదేని
తూల నాడఁగరా దశక్తుఁడు సమర్థుఁ
గార్తవీర్యుఁడు సంరంభకలితుఁ డైన
రావణునిఁబట్టి బంధనగ్రస్తుఁ జేసె.

౪౮

గీ॥ కపటనిశ్యంబు లైన రొక్కపుఁబడఁతి
వాక్యములు నెన్నఁడే నమ్మవలవ దెవఁడు
ప్రకటనిస్సంగుఁ డగు విభాండకసుతుండు
హారకాంతలచేత శృంగారి యయ్యె.

౪౯

గీ॥ అధికబలదర్పితుండయ్యు నల్పు వైని
సలుపఁగాఁబోలు దవమతి శాత్రవునకు
విప్రుఁ డనియెడు దయఁ జేసి విడువఁబడియె
భార్గవుఁడు బాలుఁ డగు రామభద్రుచేత.

చాడువర్య.

౫౦

గీ॥ బాహుబలదర్పమునఁ బరప్రాణహింస
నాగ్రశీలుఁడు గాఁ జన దొగి నరుండు
సకలలోకాహితుని జరాసంధవిభునిఁ
బాండవుఁడు రెండుగాఁ జీల్చి పారవైచె.

౫౧

గీ॥ ఔచితీప్రచ్యుతాచారుఁ డగుచు యుక్తిఁ
దివిరి స్వార్థంబు నెపుడు సాధింపరాదు
వ్యాజసముపేత మగు వాలివధముచేతఁ
గడు కళంకిత మయ్యె రాఘవునికీర్తి.

౫౨

గీ॥ తల్లితో నేని యొంటరితనము తగదు
నిర్జితేంద్రియుఁ డైనవానికినిఁ గాని
పుత్రునిఁగ పెంచికొని నట్టి పుష్పధన్వ
నోలి కామించె మాయావతీలతాంగి.

౫౩

గీ॥ దారుణతపస్వులకుఁ గూర్పఁ దగదుసూవె
ధైర్యవిప్లవచంచలత్వమును బుధుఁడు
మదనరిపు నెన్నుదుటికంటిమంట సెగకుఁ
బుష్పబాణుఁడు శలభత్వమును భజించె.

౫౪

గీ|| అనవరతకలహకారింత మైన జూద
మునను ననురక్తిఁ బూనఁగాఁ జన దెవండు
ఫలకదురాతమునన జంపంగఁబడియె
రుక్మి బలరాముచేత దురోదరమున.

౫౫

గీ|| ఆనసేయంగఁ దగ దెవ్వఁ డైనఁగాని
స్వప్ననిభ మైన రాజప్రసాదమునకు
ధరణిపుకు నందుఁడు నిజప్రధానుఁ డైన
ధీరవరు శకటాలు బంధించివైచె.

౫౬

గీ|| చెలఁగి లోకాయతనవాదశీలుఁ డగుచుఁ
జిత్తమునఁ బంగరాదు నాస్తికతయందు
స్తంభనిర్గతుఁ డై హరి సంహరించె.
ప్రబలదుర్వాదశీలు హిరణ్యకశిపు.

౫౭

గీ|| ప్రస్ఫుటోన్నతపదము సంప్రాప్త మైనఁ
బరమపూజ్యుల నవమానపఱుపరాదు
చెడియె నహుషుఁ డింద్రత్వముం జెంది యైనఁ
గలశసూతి కవజ్ఞను సలుపుకతన.

౫౮

గీ॥ శత్రుసంధి ఘటించి నిశ్శంక నుండు
జనుఁడు సౌఖ్యాన్వితుండు గాఁ జాలఁ డెపుడు
సంధిఁ జేసి నిస్సంశయస్వాంతుఁ డైన
వృత్రు నసురాధిపు వధించె వేల్పుఱేఁడు.

౫౯

గీ॥ ఆర్యుల హితోపదేశంబు నాలకించి
సముచితం బగు దానిన సలుపవలయు
విదురుని హితోపదేశంబు వినక గాదె
కౌరవేశుఁ డనంతదుఃఖమును బొందె.

౬౦

గీ॥ బహువిధాన్నాశనమున లౌభ్యమునఁ జేసి
రోగసము పేతుఁడును మందరుచియు నగును
సతతఘృతపాననిశ్చలాసక్తిఁ జేసి
దహనుఁ డత్యంతజాడ్యసంతప్తుఁ డయ్యె.

౬౧

గీ॥ యత్నమున దోషము లడంప నగునుగాని
ఘోరతపమునఁ దనుశోష కూడ దెపుడు
చండతపమునఁ గుంభకర్ణుం డనంత
బహుళనిద్రావిచేతనత్వంబు నొందె.

౬౨

గీ॥ భావికార్యానుగతుల భావనమునందుఁ
జేయఁగాఁబోల దెవఁడు సుస్థిరపుటాస
పాండు రఘు రామ శిబిముఖ పార్థివేంద్రు
లానరఁ దలపోయ నిప్పు డెం దున్నవారు?.

౬౩

గీ॥ వాక్యకర్మవపుష్క్రియావళులచేత
వృద్ధజనములను పరాభవింపరాదు
పరమసంయమి నొక్కనిఁ బరిహసించి
చెందె వైరూప్య మల్ల లక్ష్మసుతుండు.

౬౪

గీ॥ గురునిహృదయంబు చక్కఁగా నెఱుకపఱచి
కొనని శిష్యప్రవృత్తి నాశనముగాంచు
శుక్రషాడ్గుణ్యబోధనిస్ఫురిత మయ్యు
క్షీణమై పోయె దానవశ్రేణి యెల్ల.

౬౫

గీ॥ ప్రబలదీర్ఘవైరానుభావకుల యెడల
కోపమును జిత్తమం దుంచికొనఁగరాదు
తవిలి చాణక్యుఁ డల నందధరణినాథు
ద్రుంచఁజేసెను సప్తవారములలోన.

౬౬

గీ॥ సంతతతఃప్రదీప్త మా సతులకోప
శిఖిని నెపుడేఁ బ్రకోపింపఁ జేయరాదు
కడఁగి దశకంఠసంహారకారణముగఁ
దన శరీరము వాసె వేదవతి మున్ను.

౬౭

గీ॥ అఖిలవిద్యావినయహేతు వైన గురుని
భక్తితోడ నారాధింప వలయు నెపుడు
తుష్టుఁ డైనట్టి గాధిసుతుం డొసంగె
రామచంద్రున కతులితాస్త్రవ్రజంబు.

౬౮

గీ॥ పెలుచ నేయర్థ మన్యు లిప్పింత్రు బలిమి
దేయ మగుదానిఁ దనయంత నీయవలయు
శరగురునిదాడి కగ్గమై సకలరాజ్య
మర్పణముచేసె ద్రుపదుఁ డత్యంతకపటి.

౬౯

గీ॥ కన్గొనఁ బరస్పరాబాధకములుగాఁగ
ధర్మకామార్థములఁ గూర్పఁదగు నరుండు
సగరుఁడాదిగ భూమిభృత్సముదయంబు
సలిపె సత మా త్రివర్గప్రసాధనంబు.

౨౦

గీ॥ స్వకులమున నున్నతియె యేని సమత యేని
కోరఁజనుగాని న్యూనతఁ గోరరాదు
పరమ మైనను రాఘవాన్వయము దాన
నధికుఁడే యయ్యె భూమికన్యాప్రియుండు.

౨౧

గీ॥ పూతమును సంతతోజ్జ్వలమును బొనర్ప
వలయును శరీరమును దీర్ఘజలముచేత
లోమశాదిష్టతీర్థాళిలో మునింగి
పార్థు లత్యంతమును జరితార్థు లైరి.

౨౨

గీ॥ శ్రమకు నై నేర్చిన కళావిశారదత్వ
మాపదలవేళ నక్కఱ కగునుజూవె
నృత్తవృత్తినిఁ బూనెఁగిరీటిమున్ను
మత్స్యధరణీతలేశుని మందిరమున.

౨౩

గీ॥ పరిణతవిరక్తధీవిభాసురుఁ డరాగ
భోగసుందరుఁ డయ్యెడువోః తలంప
జనకరాజేంద్రుఁ డాత్మరాజ్యమునయందె
తగులు గొనఁ డయ్యె నీటఁ బద్మంబుభాతి.

౭౪

గీ॥ లాభకాంక్ష నశిష్యసేవాభియుక్తి
గురువునకు నేని బిట్టుచేకురును లఘుత
వాసవప్రేరణ మరుత్తు వాంఛ తీర్ప
కధికలజ్జాకులుం డయ్యె నమరగురుఁడు.

౭౫

గీ॥ అనయమును రాగవృద్ధిసేయునని నష్ట
శీలయును నగుచెలువఁ ద్యజింపవలయు
నబ్జవైరిసంగతి నింద్య యయ్యెఁ దార
ప్రణయపాత్రమె యయ్యె గీష్పతికి మిగుల.

౭౬

గీ॥ సంతతవిలాసచింతనస్వాంతుఁ డధిక
గీతవాద్యాభిరతుఁడు గా గిట్ట దెవఁడు
సతతవీణావినోదవ్యసననిబద్ధు
వత్సరాజును హరియించె వైరిగణము.

౭౭

గీ॥ పుష్పసుకుమార లైన పూఁబోండ్ల నట్టె
బిట్టుగా నెప్పుడే వెఱపింపరాదు
భార్యభయమును బాపఁగా భానుమంతుఁ
డాత్మదేహనితాంతతైక్ష్ణ్యంబు నుడిగె.

౨౮

గీ॥ కోశముఁ బద్మమునువోలె కుటిలమధుప
భోజ్యమును సేయు బుధునకుఁ బోల దెప్పు
డమరనీతార్థుఁడై పూర్వ మబ్ధిరాజు
రానురా నట్టె స్వశ్రీవిహీనుఁ డయ్యె.

౨౯

గీ॥ ప్రాప్తమైన హితోపదేశామృతమును
భగ్నకుంభంబువలెఁ ద్యజింపంగరాదు
సరసగీతార్థములు సవ్యసాచి మఱచి
కడు నసూయాపరుం డయ్యెఁ గదనమందు.

౩౦

గీ॥ తనయునకుఁ గైవసము సేయఁ దగదుసూవె
సత్త్వనిధులైనవార లైశ్వర్యమెల్ల
రాజ్యపాలన సుతున కర్పణము జేసి
ప్రభువు ధృతరాష్ట్రుఁ డిల తృణోపమత నెనసె.

౩౧

గీ॥ శత్రుభావప్రదూష్యులౌ జగతిజనుల
భుజములం బెట్టి కార్యముం బూన్పరాదు
శల్యుచే వంచితుం డయి చండరశ్మి
తనయుఁ డత్యంతమును నిష్ప్రతాపుఁ డయ్యె.

౧౨

గీ॥ అధిపుసన్మాన ముపలబ్ధ మగుచునుండ
బహుఫలక్లేశ మాశ్రయింపంగఁబోల
దీశ్వరునిచేత శిరసావహింపఁబడియెఁ
గృశతనుం డైననుం బ్రీతి హిమకరుండు.

౧౩

గీ॥ విధివిహితమును సాధుసేవితము నైన
పరమ మాచారమును ద్యజింపంగరాదు
సత్యధర్మచ్యుతాత్ము లై దైత్యు లెల్ల
శ్రీవియోగము నిత్యము జెంది రకట!.

౧౪

ఆ. వే॥ పారిపోవుసిరిని భద్రపఱుచుపొంటె
సలుపవలయు సుగుణసంగ్రహంబు
నాశ్రయించె సుగుణు లగుదేవతల లక్ష్మి
గుణరహితము దైత్యగణము విడిచి.

౧౫

గీ॥ విత్త కుల రూప విద్యాది విరహితులను
బరిహాసింపంగఁబోల దెవ్వండె యైన
వనచరాననుఁ డైన నందిని హాసించి
దశముఖుం డుగ్రశాపసంతప్తుఁ డయ్యె.

౮౬

గీ॥ ఉన్నతిస్పృహు లెన్నఁడే నొనరుపంగ
వలదుసూ ప్రతిలోమవివాహములను
శుక్రకన్యాస్పృహంజేసి సోమకులుఁడు
ఘనుఁ డగుయయాతి మ్లేచ్ఛత నెనసె మున్ను.

౮౭

గీ॥ బంధుగుల వైర ముదుపంగ వలయుఁగాని
పూనరా దొక్కపక్ష మెవ్వాని కేని
కడఁగి కురుపాండవోగ్రసంగ్రామసీమ
నాల మొనరింపఁ డయ్యె హలాయుధుండు.

౮౮

గీ॥ సలుపఁగారాదు ఘోరాభిచారహోమ
ముఖ్యకుహనాక్రియాళి నెప్పుడునుగాని
నిబిడమారణహోమైకనిరతుఁ డైన
మేఘనాదుఁడు చెల్లె సౌమిత్రిచేత.

౮౯

గీ॥ కాఁజనునుజన్మ క్రమముగా తజ్జనుండు
బ్రహ్మచారి గృహస్థు తపస్వి యతియు
నాశ్రమమునుండి వేఱొకయాశ్రమమున
కరిగిరి యయాతిముఖ్య భూవరులు గడఁగి.

౯౦

• గీ॥ సత్త్వవంతుఁడు సంసారసార మైన
సంతతపరోపకారంబు సలుపవలయు
బుద్ధభగవానుఁ డాత్మీయబుద్ధి నుంచె
సర్వభూతోద్ధరణనిత్యసత్యదీక్ష.

౯౧

* గీ॥ దీను లగుమిత్రులను బేద లైన బంధు
గులను రక్షించి భరియింప వలయు బుధుఁడు
బంధురక్షకుఁ డర్ధికల్పకము నయ్యె
సాధుపథవర్తి శ్రీబలిచక్రవర్తి.

• గీ॥ సత్త్వవంతుఁడు సంసారసార మైన
సంతతపరోపకారంబు సలుపవలయు
సమరపతి సర్వరక్ష కాత్మాంగకములు
భక్ష్యములుచేసె పన్నగభంజనునకు.

* గీ॥ దీను లగుమిత్రులను బేద లైన బంధు
గులను రక్షించి భరియింప వలయు బుధుఁడు
క్షీణచంద్రుని వెలుఁగఁజేసిన కతాన
సర్వసంసేవ్యుఁ డయ్యెను జండరశ్మి.

౯౨

గీ॥ కొలఁదిమీఱిన ధనసంపదల వ్యయంబు
సలుపఁగాఁబోలు నాత్మహస్తంబుచేతఁ
గుంభభవభుక్తవాతాపికోశ మెల్ల
పరులచేఁ గొల్లపెట్టంగఁబడిన దయ్యె.

౯౩

గీ॥ కడకు దుర్దాంతసంతాపకారి యైన
కార్య మెప్పుడు నొనరింపఁ గా దెవండు
రావణుఁడు శేషితైకశిరస్కుఁ డగుచు
సంస్మరించెను సీత కష్టంపుపాటు.

౯౪

గీ॥ పొరయు ముదిమిని గేశముల్ నెరియుచుండ
గలిగెడునటో తపోవనగమనవాంఛ
చనినవా రంతమునఁ దపోవనముఁగూర్చి
ధీరు లా కురుపూర్వమహీరమణులు.

౯౫

గీ॥ వయసు చెల్లినకొలఁదిఁ గావలయుఁ గోవి
దుఁడు బునర్జన్మజరల రూ పడఁచుటందు
విదురుచేతఁ బునర్జన్మబీజ మెలమి
విమలవిజ్ఞానవహ్నిలోఁ వ్రేల్వఁబడియె.

౯౬

గీ॥ ఆద్యమును మేటివెలుఁగును నా చిదాత్మ
నరయవలయు నంతస్సునయమున నరుఁడు
నెగడి తత్ప్రాప్తిచే యోగు లగుచుఁ బుట్టి
వంది రల శుకశాంతనవాదు లవని.

౯౭

గీ॥ ప్రాణి కలకాల మిలలోన బ్రదుకకున్న
బ్రదుకుఁ దత్కృతసుకృతముల్ బహుతరంబు
కీర్తిదేహాలతో నేఁటికిని జగానఁ
గనరు చున్నారుసుమ్ము మాంధాతృముఖులు.

౯౮

గీ॥ సాంపరాయపరుండు ధీసంభృతుండు
కామముల నభిమానింపఁ గాఁడుసుమ్ము
ధర్మదత్తావరంబులం దలఁపఁ డయ్యె
నాచికేతుఁడు దృణసమానముగ నైన.

౯౯

గీ॥ దైవగోవహ్నిగురులఁ బాదమున ముట్ట
వలదు ఘృతె మెంగిలై తాఁకవలవ దెవుడు.
ఘృతము నెంగిలి స్పృశియించి దతికులంబు
నష్టపడె వర్ధితైశ్వర్యపుష్టిఁ బాసి.

౧౦౦

గీ॥ దోసఁగులు హరించునదియు సంతోషదంబు
నైన విష్ణుస్మరణ సేయ నగును తుదకు
నంపశయ్య శయించిన యట్టిభీష్ముఁ
డబ్జనాభు స్మరించె నత్యంతభక్తి.

౧౦౧

గీ॥ మిగుల యోచించి సంక్షేపముగ రచించె
శ్రవ్య మార్యాభిమతము నీ చారుచర్య
వ్యాసదాసాపరాభిఖ్య నలరువాఁడు
ఘనుఁడు క్షేమేంద్రుఁ డను మహాకవివరుండు.

౧౦౨

గీ॥ సాంద్రనవరసస్ఫూర్తి క్షేమేంద్రుచేత
సంస్కృతం బయితన రారు చారుచర్య
నాంధ్ర మొనరించినాఁడను హారితుఁడను
మక్కపాటి వేంకటరత్న మహీసురుఁడను.

౧౦౩

గీ॥ సకలసద్గ్రంథసారవిస్ఫారవిషయ
బహుళ మీకృతి దీసి నెవ్వండుగాని
చదువ నైనను విన నైనఁ జాలె నేని
యకలుషానందసింధువీచికలఁ దేలు.

చారుచర్య.

గీ॥ ఆరవిసుధాకరంబు బ్రహ్మాండమందుఁ
దనరుగావుత మీకృతీంద్రము సుధీంద్ర
మానసామోదకలనాసమర్థ మగుచుఁ
బరముఁ జైన క్షేమేంద్రు దీవనలచేత.

గద్య:—ఇది శ్రీరామచంద్రకరుణాకటాక్షలబ్ధ సరసకవితా ధురీణ హారితమునీంద్రగోత్రపవిత్ర మక్కపాట్యన్వయాబ్ధిచంద్ర నాగమాంబావేంకటాచలపుత్ర సుకవి విధేయ వెంకటరత్ననామధేయ ప్రణీతంబైన చారుచర్యాంధ్రీకరణము సంపూర్ణము.

ఓమ్, తత్సత్.

www.ingramcontent.com/pod-product-compliance
Lightning Source LLC
LaVergne TN
LVHW020733230825
819277LV00053B/594